இந்திய பங்குச்சந்தையில்
Options Trading
ஒரு அறிமுகம்
பகுதி-1

M. செந்தில்குமார்

SASA PUBLISHING (OPC) PRIVATE LIMITED
ANDHRAPRADESH

M. செந்தில்குமார்

இந்திய பங்குச்சந்தையில் **Options Trading**

ஒரு அறிமுகம்

பகுதி - 1

Indhiya Panguchandhaiyil Options Trading Oru Arimugam Paguthi – 1

M. செந்தில்குமார் / *M. Senthilkumar*

REPUBLISHED IN 2026

PUBLISHED BY

SASA PUBLISHING (OPC) PRIVATE LIMITED

8-1, NEELITHOTTI KANDRIGA

SATYAVEDU – 517588, CHITOOR DISTRICT

ANDHRAPRADESH

Tel : 9441595078

sasapublishing@outlook.com

ISBN : 978-93-48584-05-2

முன்னுரை

"பங்குச்சந்தை என்பது ஒரு கடல். இதில் நீந்தத் தெரிந்தவர்கள் முத்தெடுக்கிறார்கள், தெரியாதவர்கள் மூழ்குகிறார்கள்."

பங்குச்சந்தை, குறிப்பாக ஆப்ஷன்ஸ் டிரேடிங் பற்றிப் பலரும் பலவிதமான கருத்துக்களைக் கொண்டிருக்கிறார்கள். சிலர் இதை ஒரு லாட்டரி என்கிறார்கள், சிலர் இதை ஒரு சூதாட்டம் என்கிறார்கள். ஆனால், உண்மை என்னவென்றால், இது ஒரு நுணுக்கமான அறிவியல் மற்றும் கலை. சரியான திட்டமும், கட்டுப்பாடும் இருந்தால் யாராலும் இங்குக் கணிசமான வருமானத்தை ஈட்ட முடியும்.

இந்தப் புத்தகம் ஒரு சராசரி மனிதனுக்கு, எளிய தமிழில் பங்குச்சந்தையின் அடிப்படையிலிருந்து தொடங்கி, நிஃப்டி ஆப்ஷன்ஸில் எப்படி லாபம் ஈட்ட வேண்டும் என்பதை மிகத் தெளிவாக விளக்குகிறது. வெறும் கோட்பாடுகளை மட்டும் சொல்லாமல், நிஜ வாழ்வில் நடக்கும் உதாரணங்கள் மற்றும் கதைகள் மூலம் ஆப்ஷன்ஸ் உலகத்தின் கதவுகளை உங்களுக்குத் திறக்கிறது.

நீங்கள் ஒரு முழுநேர டிரேடராக மாற விரும்பினாலும் அல்லது ஒரு பகுதிநேர வருமானத்தைத் தேடினாலும், இந்தப் புத்தகம் உங்கள் கையைப் பிடித்து அழைத்துச் செல்லும் ஒரு உற்ற நண்பனாக இருக்கும்.

அத்தியாயம் 1

இந்திய பங்குச்சந்தை மற்றும் நிஃப்டி - ஒரு அறிமுகம்

பங்குச் சந்தையின் போக்கை விவரிக்க இந்த இரண்டு விலங்குகளின் பெயர்கள் உலகளவில் பயன்படுத்தப்படுகின்றன.

1. Bull Market (காளைச் சந்தை) - ஏறுமுகம்

சந்தையில் பங்குகளின் விலை தொடர்ந்து உயர்ந்து வரும் நிலையை இது குறிக்கிறது.

பெயர் வரக் காரணம்: காளை தனது எதிரியைத் தாக்கும்போது, தனது கொம்புகளால் கீழிருந்து மேல்நோக்கித் தூக்கி எறியும். அதுபோல, சந்தையில் பங்குகளின் விலை கீழிருந்து மேல்நோக்கி உயர்வதால் இதற்கு 'Bull Market' என்று பெயர் வந்தது.

சூழல்: முதலீட்டாளர்கள் மத்தியில் அதிக நம்பிக்கை இருக்கும். பொருளாதாரம் வலுவாக இருப்பதை இது காட்டும். மக்கள் அதிக அளவில் பங்குகளை வாங்குவார்கள்.

2. Bear Market (*கரடிச் சந்தை*) - *இறங்குமுகம்*

சந்தையில் பங்குகளின் விலை தொடர்ந்து சரிந்து வரும் நிலையை இது குறிக்கிறது.

பெயர் வரக் காரணம்: கரடி தனது எதிரியைத் தாக்கும்போது, தனது உள்ளங்கையால் மேலிருந்து கீழ்நோக்கி அழுத்தும்.

அதுபோல, சந்தையில் பங்குகளின் விலை மேலிருந்து கீழ்நோக்கிச் சரிவதால் இதற்கு 'Bear Market' என்று பெயர் வந்தது.

சூழல்: முதலீட்டாளர்கள் மத்தியில் பயம் அல்லது அவநம்பிக்கை நிலவும். நஷ்டத்தைத் தவிர்க்க மக்கள் தங்களது பங்குகளை விற்கத் தொடங்குவார்கள்.

1.1 ஒரு புதிய தொடக்கம்

பங்குச்சந்தை என்பது ஏதோ ஒரு மாய உலகம் அல்ல. அது ஒரு சாதாரண வணிகச் சந்தையைப் போன்றதுதான். ஒரு காய்கறி சந்தையில் எப்படி பொருட்கள் வாங்கப்படுவதும் விற்கப்படுவதும் நடைபெறுகிறதோ, அதேபோல் இங்கேயும் நிறுவனங்களின் பங்குகள் கைமாறுகின்றன. ஆனால், நாம் இங்கே பார்க்கப்போவது 'ஆப்ஷன்ஸ் டிரேடிங்' (Options Trading). இது சாதாரண பங்கு வணிகத்தை விட ஒரு படி மேலானது.

இந்த உலகிற்குள் நுழையும் முன், நாம் எங்கே நின்றுகொண்டிருக்கிறோம், யாருடன் போட்டியிடுகிறோம் என்பதைப் புரிந்துகொள்ள வேண்டும். இந்திய பங்குச்சந்தை இன்று உலகின் மிக வேகமாக வளர்ந்து வரும் சந்தைகளில் ஒன்றாகத் திகழ்கிறது.

1.2 என்.எஸ்.இ *(NSE)* மற்றும் நிஃப்டி *50 (Nifty 50)*

இந்தியாவில் இரண்டு முக்கிய பங்குச்சந்தைகள் உள்ளன:

பி.எஸ்.இ (BSE - Bombay Stock Exchange): இது மிகவும் பழமையானது. இதன் குறியீடு 'சென்செக்ஸ்' (Sensex).

என்.எஸ்.இ (NSE - National Stock Exchange): இது நவீனமானது மற்றும் ஆப்ஷன்ஸ் டிரேடிங்கிற்கு மிகவும் புகழ்பெற்றது. இதன் குறியீடுதான் நிஃப்டி 50 (Nifty 50).

நிஃப்டி என்றால் என்ன? நிஃப்டி (NIFTY) என்பது 'National' மற்றும் 'Fifty' ஆகிய இரண்டு வார்த்தைகளின் இணைப்பு. என்.எஸ்.இ-யில் பட்டியலிடப்பட்டுள்ள 5,000-க்கும் மேற்பட்ட நிறுவனங்களில், நாட்டின் பொருளாதாரத்தை வழிநடத்தும் மிக முக்கியமான 50 நிறுவனங்களை மட்டும் தேர்ந்தெடுத்து உருவாக்கப்பட்ட ஒரு குறியீடுதான் நிஃப்டி 50.

கதை உதாரணம்: ஒரு கிரிக்கெட் அணியின் ஸ்கோர் இந்திய கிரிக்கெட் அணியில் 11 வீரர்கள் விளையாடுகிறார்கள். ஒரு வீரர் சதம் அடிக்கலாம், மற்றொருவர் பூஜ்ஜியத்தில் அவுட் ஆகலாம். ஆனால், ஒட்டுமொத்த அணியின் ஸ்கோர் தான் இந்தியா வெற்றி பெற்றதா இல்லையா என்பதைத் தீர்மானிக்கும். அதுபோலத்தான் நிஃப்டி. இதில் ரிலையன்ஸ் (Reliance) கீழே விழுந்தாலும், ஹெச்.டி.எப்.சி (HDFC) வங்கி மேலே ஏறினால் நிஃப்டி பேலன்ஸ் ஆகிவிடும். நாம் இந்த 50 வீரர்களின் ஒட்டுமொத்த ஸ்கோரை வைத்துத்தான் டிரேடிங் செய்யப்போகிறோம்.

1.3 **நிஃப்டியின் முக்கியத் துறைகள்** (*Weightage)*

நிஃப்டி 50 என்பது வெறும் 50 நிறுவனங்கள் மட்டுமல்ல, அவை பல்வேறு துறைகளின் பிரதிநிதிகள்:

நிதிச் சேவைகள் (Financial Services): சுமார் 35% (வங்கி மற்றும் இன்சூரன்ஸ்).

தகவல் தொழில்நுட்பம் (IT): சுமார் 13%.

எண்ணெய் மற்றும் எரிவாயு (Oil & Gas): சுமார் 12%.

நுகர்வோர் பொருட்கள் (FMCG): சுமார் 9%.

டிரேடர்களுக்கு இது ஏன் முக்கியம்? நீங்கள் நிஃப்டியில் டிரேடிங் செய்யும்போது, வங்கியியல் துறை (Bank Nifty) எப்படிச் செயல்படுகிறது என்பதைக் கவனிக்க வேண்டும்.

ஏனெனில் வங்கிப் பங்குகள் ஏறினால் நிஃப்டி தானாகவே மேலே ஏறும்.

1.4 டெரிவேட்டிவ்ஸ் சந்தை *(Derivatives Market)*

ஆப்ஷன்ஸ் டிரேடிங் என்பது 'டெரிவேட்டிவ்ஸ்' வகையைச் சார்ந்தது. டெரிவேட்டிவ் (Derivative) என்றால் 'மற்றுமொன்றில் இருந்து பெறப்பட்டது' என்று பொருள்.

உதாரணமாக, பால் என்பது ஒரு பொருள். தயிர், வெண்ணெய், நெய் போன்றவை பாலில் இருந்து பெறப்பட்டவை. பாலின் விலை ஏறினால், நெய்யின் விலையும் ஏறும். இங்கே 'பால்' என்பது நிஃப்டி (Spot), 'நெய்' என்பது ஆப்ஷன்ஸ் (Options).

1.5 நிஃப்டி ஆப்ஷன்ஸை ஏன் தேர்வு செய்ய வேண்டும்*?*

பங்குகளிலேயே (Stocks) டிரேடிங் செய்யலாமே, ஏன் நிஃப்டி ஆப்ஷன்ஸைத் தேர்வு செய்ய வேண்டும் என்பதற்கு மூன்று முக்கியக் காரணங்கள் உள்ளன:

பணப்புழக்கம் (Liquidity): நிஃப்டி ஆப்ஷன்ஸில் ஒரு நொடியில் கோடிக்கணக்கான ரூபாய்கள் கைமாறுகின்றன. நீங்கள் எப்போது வேண்டுமானாலும் வாங்கலாம், விற்கலாம். வாங்குவதற்கு ஆள் இல்லை என்ற கவலையே வராது.

குறைந்த முதலீடு (Low Capital): ஒரு நிஃப்டி லாட் (Lot) வாங்க சில ஆயிரம் ரூபாய்கள் இருந்தால் போதும். இது சிறு முதலீட்டாளர்களுக்கு ஒரு பெரிய வாய்ப்பு.

பாதுகாப்பு (Diversification): ஒரு தனிப்பட்ட நிறுவனம் ஏதோ ஒரு காரணத்திற்காக 20% வீழ்ச்சியடையலாம். ஆனால் நிஃப்டி 50 ஒரே நாளில் 20% வீழ்வது மிகவும் அபூர்வம். ஏனெனில் அது 50 ஜாம்பவான் நிறுவனங்களின் தொகுப்பு.

பயிற்சிப் பகுதி (Exercise):

உங்கள் மொபைலில் ஏதேனும் ஒரு டிரேடிங் ஆப் (Zerodha, Angel One, Upstox) திறந்து நிஃப்டி 50 இன் இன்றைய விலையைப் பாருங்கள்.

நிஃப்டி 50-ல் உள்ள முதல் 5 நிறுவனங்களின் பெயர்களைப் பட்டியலிடுங்கள்.

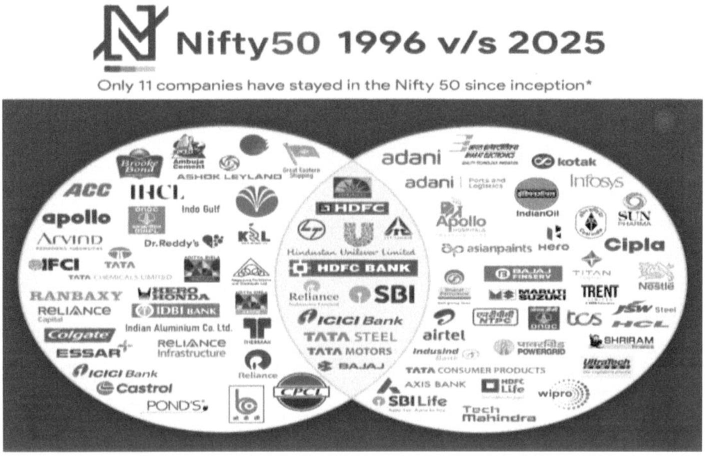

அத்தியாயம் 2

ஆப்ஷன்ஸ் ஒப்பந்தம் - ஒரு முழுமையான புரிதல்

2.1 ஆப்ஷன்ஸ் (Options) - ஒரு எளிய விளக்கம்

முந்தைய அத்தியாயத்தில் ஆப்ஷன்ஸ் என்பது பாலில் இருந்து எடுக்கப்பட்ட நெய் போன்றது என்று பார்த்தோம். தொழில்நுட்ப ரீதியாகச் சொன்னால், ஆப்ஷன்ஸ் என்பது ஒரு ஒப்பந்தம் (Contract).

சாதாரண பங்கு வர்த்தகத்தில் (Equity), நீங்கள் ஒரு பொருளை முழுப் பணம் கொடுத்து வாங்குகிறீர்கள். ஆனால் ஆப்ஷன்ஸில், நீங்கள் ஒரு உரிமையை (Right) மட்டுமே வாங்குகிறீர்கள், அந்தப் பொருளை அல்ல.

2.2 ஆப்ஷன்ஸின் இரு கண்கள்: Call (CE) மற்றும் Put (PE)

ஆப்ஷன் சந்தையில் இரண்டு வகையான ஒப்பந்தங்கள் மட்டுமே உள்ளன. அவற்றை நாம் CE மற்றும் PE என்று அழைக்கிறோம்.

Call Option (CE - Call European): * சந்தை ஏறும் என்று நீங்கள் கணித்தால், நீங்கள் கால் ஆப்ஷனை வாங்க வேண்டும்.

இது ஒரு பொருளை எதிர்காலத்தில் ஒரு குறிப்பிட்ட விலைக்கு வாங்குவதற்கான 'முன்பதிவு' (Booking) போன்றது.

Put Option (PE - Put European): * சந்தை விழும் என்று நீங்கள் கணித்தால், நீங்கள் புட் ஆப்ஷனை வாங்க வேண்டும்.

இது உங்கள் சொத்தின் விலை குறைந்தால் நஷ்டத்தைத் தவிர்க்க எடுக்கப்படும் 'காப்பீடு' (Insurance) போன்றது.

2.3 **ஒரு ரியல் எஸ்டேட் கதை** (*Real Estate Example*)

ஆப்ஷன்ஸைப் புரிந்துகொள்ள இதைவிடச் சிறந்த உதாரணம் இருக்க முடியாது.

கதை: அருண் ஒரு நிலத்தைப் பார்க்கிறான். அதன் இன்றைய விலை ₹10 லட்சம். அடுத்த ஒரு மாதத்தில் அந்த இடத்திற்கு அருகில் ஒரு புதிய மெட்ரோ ரயில் நிலையம் வரப்போகிறது என்ற செய்தி அருணுக்குத் கிடைக்கிறது. அப்படி வந்தால் அந்த நிலத்தின் விலை ₹15 லட்சமாக உயரும்.

ஆனால், அருணிடம் இப்போது ₹10 லட்சம் இல்லை. அவன் நிலத்தின் உரிமையாளரிடம் சென்று ஒரு ஒப்பந்தம் செய்கிறான்: *"ஐயா, இந்த நிலத்தை அடுத்த ஒரு மாதம் கழித்து இதே ₹10 லட்சத்திற்கு வாங்கும் உரிமையை எனக்குக் கொடுங்கள். அதற்கு முன்பணமாக (Token Advance) நான் உங்களுக்கு ₹20,000 தருகிறேன்."*

உரிமையாளர் சம்மதிக்கிறார். இப்போது இரண்டு சூழல்கள் நடக்கலாம்:

சூழல் 1 (விலை ஏறுகிறது): மெட்ரோ செய்தி உறுதியாகி நிலத்தின் விலை ₹15 லட்சமாக உயர்கிறது. அருண் இப்போது உரிமையாளரிடம் சென்று பழைய ஒப்பந்தப்படி ₹10 லட்சத்திற்கே நிலத்தைக் கேட்கிறான். உரிமையாளர் கொடுத்தே ஆகவேண்டும். அருண் ₹10 லட்சத்திற்கு வாங்கி ₹15 லட்சத்திற்கு விற்கிறான். அவனது லாபம் ₹5 லட்சம் (அவன் கொடுத்த ₹20,000 போக).

சூழல் 2 (விலை விழுகிறது): மெட்ரோ திட்டம் ரத்தாகிறது. நிலத்தின் விலை ₹8 லட்சமாகக் குறைகிறது. இப்போது அருண் அந்த நிலத்தை வாங்க மறுத்துவிடலாம் (ஏனெனில் இது ஒரு 'உரிமை' தான், 'கடமை' அல்ல). அவனுக்கு ஏற்படும் நஷ்டம் அவன் கொடுத்த அந்த ₹20,000 மட்டுமே.

இங்கே அருண் தான் 'Option Buyer', நிலத்தின் உரிமையாளர் 'Option Seller', அந்த ₹20,000 தான் 'Premium'.

2.4 **பிரீமியம்** (*Premium*) **என்றால் என்ன***?*

ஆப்ஷன் வாங்குபவர், விற்பவருக்குக் கொடுக்கும் கட்டணம் தான் பிரீமியம். இது ஒரு காப்பீட்டுத் தொகை போன்றது. இந்தத் தொகையைத் திரும்பப் பெற முடியாது. சந்தை உங்கள் கணிப்புக்கு மாறாகச் சென்றால், நீங்கள் கொடுத்த பிரீமியம் முழுவதும் 'ஜீரோ' (Zero) ஆகிவிடும்.

2.5 லாட் சைஸ் (Lot Size) - ஒரு முக்கிய விதி

நிஃப்டியில் நீங்கள் ஒரு ஆப்ஷனை மட்டும் வாங்க முடியாது. அவை ஒரு தொகுப்பாகத்தான் (Bundle) விற்கப்படும். இதை 'Lot Size' என்போம்.

நிஃப்டியின் ஒரு லாட் என்பது 65 குவாண்டிட்டி (Quantity). (குறிப்பு: காலப்போக்கில் செபி - SEBI இதை மாற்றலாம், தற்போது 2027-ல் இது மாறும் வாய்ப்பு உள்ளது.

உதாரணத்திற்கு, ஒரு ஆப்ஷனின் பிரீமியம் ₹100 என்றால், நீங்கள் ஒரு லாட் வாங்க ₹100 x 65 = ₹6500 செலுத்த வேண்டும்.

2.6 காலாவதி தேதி (Expiry Date)

ஒவ்வொரு ஆப்ஷன் ஒப்பந்தத்திற்கும் ஒரு முடிவுத் தேதி உண்டு.

வாராந்திர எக்ஸ்பைரி (Weekly Expiry): ஒவ்வொரு வாரமும் செவ்வாய் கிழமை .

மாதாந்திர எக்ஸ்பைரி (Monthly Expiry): மாதத்தின் கடைசி செவ்வாய் கிழமை.

எக்ஸ்பைரி முடிவதற்குள் நீங்கள் வாங்கிய ஆப்ஷன் லாபத்திற்கு வரவில்லை என்றால், அதன் மதிப்பு பூஜ்யமாகிவிடும். இது ஒரு ரீசார்ஜ் கூப்பன் அல்லது பால் பாக்கெட் போன்றது; தேதி முடிந்தால் அதற்கு மதிப்பில்லை.

பயிற்சி (*Exercise*):

நிஃப்டி இப்போது என்ன விலையில் இருக்கிறது என்று பாருங்கள்.

நிஃப்டி அடுத்த வாரம் ஏறும் என்று நீங்கள் நினைத்தால், எந்த ஆப்ஷனை (CE அல்லது PE) தேர்வு செய்வீர்கள்?

ஒரு லாட் வாங்க எவ்வளவு பிரீமியம் தேவைப்படுகிறது என்பதைக் கணக்கிடுங்கள்.

அருமை. இப்போது நாம் ஆப்ஷன்ஸ் டிரேடிங்கின் மிக முக்கியமான, அடிப்படை முடிவுகளை எடுக்க உதவும் பகுதிக்கு வருகிறோம். அத்தியாயம் 3-ல் பல புதிய டிரேடர்கள் செய்யும் தவறுகளைத் தவிர்க்க உதவும் Strikes (ITM, ATM, OTM) பற்றி விரிவாகப் பார்ப்போம்.

அத்தியாயம் 3

ஸ்ட்ரைக் பிரைஸ் ரகசியங்கள் - *ITM, ATM* மற்றும் *OTM*

ஆப்ஷன்ஸ் டிரேடிங்கில் நுழையும் பலரும் செய்யும் முதல் தவறு, விலை குறைவாக இருக்கிறது என்பதற்காக தேவையில்லாத ஒரு விலையைத் தேர்ந்தெடுப்பதுதான். ஒரு துணிக்கடைக்குச் சென்றால் நமக்குப் பொருத்தமான அளவைத் (Size) தேர்ந்தெடுப்பது எவ்வளவு முக்கியமோ, அதைவிட முக்கியம் ஆப்ஷன்ஸில் சரியான 'ஸ்ட்ரைக் பிரைஸை' (Strike Price) தேர்ந்தெடுப்பது.

3.1 **ஸ்ட்ரைக் பிரைஸ்** (*Strike Price)* **என்றால் என்ன***?*

நீங்கள் எந்த விலையில் நிஃப்டியை வாங்க அல்லது விற்க ஒப்பந்தம் செய்கிறீர்களோ, அந்த விலைதான் 'ஸ்ட்ரைக் பிரைஸ்'. உதாரணமாக, நிஃப்டி 22,000-ல் இருக்கும்போது, நீங்கள் 22,200 கால் ஆப்ஷனை வாங்கினால், 22,200 என்பதுதான் உங்கள் ஸ்ட்ரைக் பிரைஸ்.

சந்தையில் ஒரே நேரத்தில் பல ஸ்ட்ரைக் பிரைஸ்கள் கிடைக்கும். அவற்றை நாம் மூன்றாகப் பிரிக்கலாம்:

3.2 **மூன்று நிலைகள்** (*The Three Categories)*

1. ATM (At The Money - *சந்தை விலையில்*)

நிஃப்டி தற்போது எந்த விலையில் இருக்கிறதோ, அதே விலையில் உள்ள ஸ்ட்ரைக் பிரைஸ்.

உதாரணம்: நிஃப்டி 22,000-ல் இருந்தால், 22,000 CE அல்லது 22,000 PE என்பது ATM ஆகும்.

பண்பு: இதில் ரிஸ்க் மற்றும் லாபம் சமநிலையில் இருக்கும்.

2. ITM (In The Money - *பணத்திற்குள்*)

இது ஏற்கனவே லாபத்தில் இருக்கும் அல்லது மதிப்புள்ள ஒரு விலை.

Call Option-க்கு: சந்தை விலையை விடக் குறைவான விலைகள் (உதாரணம்: 21,900 CE).

Put Option-க்கு: சந்தை விலையை விட அதிகமான விலைகள் (உதாரணம்: 22,100 PE).

பண்பு: இதன் விலை (Premium) அதிகமாக இருக்கும், ஆனால் சந்தை நகரும்போது இது மிக வேகமாக ஏறும். இது பாதுகாப்பான டிரேடர்களுக்கு ஏற்றது.

3. OTM (Out of The Money - பணத்திற்கு வெளியே)

இது இன்னும் லாபத்திற்கு வராத, வெறும் நம்பிக்கையின் அடிப்படையில் இருக்கும் விலை.

Call Option-க்கு: சந்தை விலையை விட அதிகமான விலைகள் (உதாரணம்: 22,200 CE).

Put Option-க்கு: சந்தை விலையை விடக் குறைவான விலைகள் (உதாரணம்: 21,800 PE).

பண்பு: இதன் விலை மிகக் குறைவாக இருக்கும் (உதாரணம் ₹10 அல்லது ₹20). ஆனால், நிஃப்டி அந்த விலையை எட்டவில்லை என்றால், எக்ஸ்பைரி அன்று இதன் மதிப்பு சுழியமாக (Zero) ஆகிவிடும்.

3.3 **ஒரு இனிப்பு கடை உதாரணம்** *(The Sweet Shop Story)*

புரியும்படிச் சொன்னால், ஒரு ஜாமூன் பாக்கெட்டைப் போல ஆப்ஷன்ஸை நினையுங்கள்.

ITM (In the Money): சர்க்கரைப் பாகுக்குள் (Syrup) முழுமையாக மூழ்கியிருக்கும் ஜாமூன். இதற்கு எப்போதுமே ஒரு மதிப்பு உண்டு.

ATM (At the Money): சர்க்கரைப் பாகின் விளிம்பில் இருக்கும் ஜாமூன். கொஞ்சம் மேலே சென்றால் இனிக்கும், கீழே போனால் கசக்கும்.

OTM (Out of the Money): வெறும் சர்க்கரைப் பாகு இல்லாத உலர்வான ஜாமூன். இதற்குச் சர்க்கரைப் பாகு (சந்தை நகர்வு) கிடைத்தால் மட்டுமே இனிக்கும். இல்லையென்றால் அது காய்ந்து போய்விடும் (Zero).

முக்கிய குறிப்பு: புதியவர்கள் செய்யும் மிகப்பெரிய தவறு, ₹5 அல்லது ₹10-க்கு கிடைக்கும் OTM ஆப்ஷன்களை அதிக அளவில் வாங்குவது. இது பார்ப்பதற்கு லாட்டரி போலத் தெரிந்தாலும், பெரும்பாலும் உங்கள் முழுப் பணத்தையும் இழக்கச் செய்யும்.

3.4 **ஸ்ட்ரைக் பிரைஸ் தேர்ந்தெடுக்கும் அட்டவணை** *(Quick Reference Table)*

நிலை	நிஃப்டி 22,000-ல் இருந்தால் (CE)	நிஃப்டி 22,000-ல் இருந்தால் (PE)	பிரீமியம் விலை	வெற்றி வாய்ப்பு
ITM	21,800 CE	22,200 PE	அதிகம்	மிக அதிகம்
ATM	22,000 CE	22,000 PE	நடுத்தரம்	50-50
OTM	22,200 CE	21,800 PE	மிகக் குறைவு	மிகக் குறைவு

3.5 **எது சிறந்தது**? *(Which one to choose?)*

நீங்கள் ஒரு ஆப்ஷன் பையராக (Option Buyer) இருந்தால், எப்போதும் ITM அல்லது ATM ஸ்ட்ரைக்குகளைத் தேர்ந்தெடுப்பதே புத்திசாலித்தனம். OTM என்பது எக்ஸ்பைரி நாளில் 'Hero or Zero' டிரேடுகளுக்கு மட்டுமே பயன்படும்.
வரைபடம்

பயிற்சி (*Exercise):*

உங்கள் டிரேடிங் ஆப்பில் 'Option Chain'-ஐத் திறந்து பாருங்கள்.

அதில் மஞ்சள் நிறத்தில் நிழலிடப்பட்ட (Shaded) பகுதிகள் எவை என்று கவனியுங்கள். அவைதான் ITM ஆப்ஷன்கள்.

நிஃப்டி 22,150-ல் இருந்தால், 22,300 CE என்பது என்ன வகை **(ITM / ATM / OTM)?** விடையைக் கண்டுபிடியுங்கள்.

நிச்சயமாக, புத்தகத்தின் மிக முக்கியமான மற்றும் நுணுக்கமான பகுதிக்கு வந்துவிட்டோம். அத்தியாயம் 4-ல் ஆப்ஷன்ஸ் விலையை இயக்கும் சூத்திரதாரிகளான 'ஆப்ஷன் கிரீக்ஸ்' பற்றிப் பார்ப்போம்.

அத்தியாயம் 4

ஆப்ஷன் கிரீக்ஸ் - விலையை இயக்கும் நான்கு தேவதைகள்

பல புதிய டிரேடர்கள் கேட்கும் ஒரு பொதுவான கேள்வி: "நிஃப்டி 50 புள்ளிகள் ஏறியது, ஆனால் நான் வாங்கிய கால் ஆப்ஷன் (CE) விலை ஏறவே இல்லையே, ஏன்?" அல்லது "நிஃப்டி அப்படியேதான் இருக்கிறது, ஆனால் ஆப்ஷன் விலை குறைந்துவிட்டதே, ஏன்?"

இந்தக் கேள்விகளுக்கான பதில்கள் ஆப்ஷன் கிரீக்ஸ் (Option Greeks) என்றழைக்கப்படும் நான்கு காரணிகளில் ஒளிந்துள்ளன.

4.1 ஒரு கார் பயணம் - எளிமையான உருவகம்

ஆப்ஷன் கிரீக்ஸை ஒரு கார் பயணமாக நினையுங்கள்:
டெல்டா (Delta): காரின் வேகமானி (Speedometer).
தீட்டா (Theta): பெட்ரோல் கசிவு (Fuel Leakage).
வேகா (Vega): வானிலை மாற்றம் (Weather).
காமா (Gamma): டர்போ இஞ்ஜின் (Turbo Engine).

4.2 டெல்டா (*Delta*) - உங்கள் லாபத்தின் வேகம்

நிஃப்டி 1 புள்ளி நகர்ந்தால், உங்கள் ஆப்ஷன் விலை எத்தனை பைசாக்கள் நகர வேண்டும் என்று சொல்வதுதான் டெல்டா.

கணக்கு: டெல்டா 0.50 எனில், நிஃப்டி 100 புள்ளிகள் உயர்ந்தால், உங்கள் ஆப்ஷன் விலை ₹50 உயரும் ($100 \times 0.50 = 50$).

ITM ஆப்ஷன்கள்: இவற்றின் டெல்டா 0.60 முதல் 1.0 வரை இருக்கும் (வேகமாக நகரும்).

OTM ஆப்ஷன்கள்: இவற்றின் டெல்டா 0.10 முதல் 0.40 வரை இருக்கும் (ஆமை போல மெதுவாக நகரும்).

4.3 **தீட்டா** *(Theta)* - **நேரமே பணம்** *(Time Decay)*

இது ஆப்ஷன் பையர்களின் மிகப்பெரிய எதிரி. ஒவ்வொரு நொடியும் உங்கள் ஆப்ஷன் பிரீமியத்தில் இருந்து ஒரு குறிப்பிட்ட தொகையைத் தீட்டா திருடிக்கொண்டே இருக்கும்.

கதை: ஒரு பனிக்கட்டியை கையில் வைத்திருக்கிறீர்கள். நீங்கள் எதுவும் செய்யாவிட்டாலும் அது உருகிக்கொண்டே இருக்கும் அல்லவா? அதுதான் தீட்டா.

எக்ஸ்பைரி நெருங்கும்போது: வாராந்திர எக்ஸ்பைரி நாளான வியாழக்கிழமை அன்று தீட்டாவின் வேகம் மிக அதிகமாக இருக்கும். அன்று மார்க்கெட் நகரவில்லை என்றால், ஆப்ஷன் விலை மளமளவெனக் குறையும்.

யாருக்கு லாபம்? இது ஆப்ஷன் விற்பவர்களுக்கு (Sellers) லாபத்தைத் தரும்.

4.4 **வேகா** *(Vega)* - **பதற்றத்தின் அளவு** *(Volatility)*

சந்தையில் திடீர் பதற்றம் அல்லது எதிர்பார்ப்பு இருந்தால் (உதாரணமாக: எலக்ஷன் ரிசல்ட் அல்லது பட்ஜெட்), ஆப்ஷன் விலைகள் எகிறும்.

விளக்கம்: இந்தியா VIX (India VIX) அதிகமாகும்போது வேகா மூலம் பிரீமியம் விலை உயரும். மார்க்கெட்

அமைதியாகும்போது வேகா குறைந்து பிரீமியம் விலையும் சரியும்.

4.5 காமா (*Gamma*) - டெல்டாவின் வேகத்தை மாற்றுபவர்

டெல்டா என்பது வேகம் என்றால், அந்த வேகத்தை இன்னும் வேகப்படுத்துவது காமா. எக்ஸ்பைரி தினத்தன்று OTM ஆப்ஷன்கள் திடீரென ITM-ஆக மாறும்போது, காமா மூலம் விலை ₹10-லிருந்து ₹100-ஆக சில நிமிடங்களில் மாறும். இதையே நாம் "Gamma Blast" என்கிறோம்.

4.6 கிரீக்ஸ் - ஒரு பார்வை (*Quick Summary Table*)

கிரீக் (Greek)	எதை அளவிடுகிறது?	யாருக்குச் சாதகம்?	யாருக்குப் பாதிப்பு?
டெல்டா	விலை மாற்றம்	பையர் & செல்லர்	-
தீட்டா	கால மாற்றம்	ஆப்ஷன் செல்லர்	ஆப்ஷன் பையர்
வேகா	ஏற்ற இறக்கம் (VIX)	பையர் (VIX ஏறினால்)	செல்லர்
காமா	டெல்டா மாற்றம்	எக்ஸ்பைரி டிரேடர்கள்	ஆப்ஷன் செல்லர்

வரைபடம் :

நிச்சயமாக, புத்தகத்தின் அடுத்த கட்டத்திற்குச் செல்வோம். அத்தியாயம் 5 என்பது ஒரு ஆப்ஷன் டிரேடருக்கு "எக்ஸ்-ரே" (X-ray) போன்றது. சந்தையின் உள்ளே என்ன நடக்கிறது என்பதை இது காட்டும்.

அத்தியாயம் 5

ஆப்ஷன் செயின் மற்றும் ஓபன் இன்ட்ரெஸ்ட் (OI) - திரைக்குப் பின்னால்

சந்தையில் விலை ஏறுவதும் இறங்குவதும் வெறும் தற்செயல் நிகழ்வு அல்ல. அது பெரிய முதலீட்டாளர்களுக்கும் (FIIs/DIIs), சாதாரண டிரேடர்களுக்கும் நடக்கும் ஒரு போர். இந்தப் போரின் நிலவரத்தை நாம் **ஆப்ஷன் செயின் (Option Chain)** மூலம் துல்லியமாகப் பார்க்கலாம்.

5.1 ஆப்ஷன் செயின் என்றால் என்ன?

என்.எஸ்.இ (NSE) இணையதளத்தில் நீங்கள் இதைப் பார்க்கலாம். இது அனைத்து ஸ்ட்ரைக் பிரைஸ்களையும் (Strike Prices), அவற்றின் பிரீமியம் விலைகளையும், அங்கே எவ்வளவு வர்த்தகம் நடக்கிறது என்பதையும் காட்டும் ஒரு அட்டவணை.

5.2 ஓபன் இன்ட்ரெஸ்ட் (Open Interest - OI)

ஆப்ஷன் செயினில் மிக முக்கியமான பகுதி 'OI' ஆகும். ஒரு ஒப்பந்தம் (Contract) இன்னும் முடிவுக்கு வராமல் சந்தையில் நிலுவையில் இருப்பதை இது குறிக்கிறது.

ஒரு பொன்னான விதி: ஆப்ஷன் செயினைப் பார்க்கும்போது, நாம் எப்போதும் ஒரு "ஆப்ஷன் விற்பவரின்" (Option Seller) கண்ணோட்டத்தில் பார்க்க வேண்டும்.

ஏனெனில் பெரிய முதலீட்டாளர்கள் எப்போதும் ஆப்ஷன் விற்கவே (Selling) விரும்புவார்கள்.

Call OI அதிகமாக இருந்தால்: ஒரு குறிப்பிட்ட விலையில் கால் விற்பனையாளர்கள் (Call Sellers) அதிகமாக இருக்கிறார்கள் என்று அர்த்தம். அவர்கள் சந்தையை அந்த விலைக்கு மேலே போக விடமாட்டார்கள். இது ஒரு தடை (Resistance).

Put OI அதிகமாக இருந்தால்: அங்கே புட் விற்பனையாளர்கள் (Put Sellers) அதிகம். அவர்கள் சந்தையை அந்த விலைக்குக் கீழே விழ விடமாட்டார்கள். இது ஒரு ஆதரவு (Support).

5.3 பி.சி.ஆர் (PCR - Put Call Ratio)

சந்தையின் ஒட்டுமொத்த மனநிலையை (Sentiment) ஒரே நொடியில் அறிய PCR உதவுகிறது.

பங்குச் சந்தையில் (Options Trading) வர்த்தகர்கள் எந்தப் பக்கம் அதிக ஆர்வம் காட்டுகிறார்கள் என்பதைத் தெரிந்துகொள்ள உதவும் ஒரு முக்கியமான அளவீடுதான் இந்த PCR.

PCR என்றால் என்ன?

விற்பனை செய்யப்படும் Put Options எண்ணிக்கையை, விற்பனை செய்யப்படும் Call Options எண்ணிக்கையால் வகுத்தால் கிடைப்பதுதான் PCR.

PCR = TOTAL PUT OPEN INTEREST / TOTAL CALL OPEN INTEREST.

PCR > 1.0: சந்தை ஏறுமுகமாக (Bullish) இருக்கிறது. புட் ரைட்டர்கள் (Sellers) ஆதிக்கம் செலுத்துகிறார்கள்.

PCR < 0.7: சந்தை அதிகப்படியான விற்பனை (Oversold) நிலையில் உள்ளது. இங்கிருந்து சந்தை மீண்டும் மேலே திரும்ப வாய்ப்பு அதிகம்.

PCR 1.0: சந்தை ஒரு முடிவெடுக்க முடியாமல் (Neutral) ஊசலாடுகிறது.

5.4 ஒரு போர்க்களம் உதாரணம் (*The Battle Field*)

நிஃப்டி 22,000-ல் இருப்பதாக வைத்துக்கொள்வோம்.

22,200 ஸ்ட்ரைக்கில் 50 லட்சம் Call OI இருக்கிறது.

21,800 ஸ்ட்ரைக்கில் 60 லட்சம் Put OI இருக்கிறது.

இதன் அர்த்தம்: 21,800-ல் புட் ஆர்மி (Put Army) வலுவாகக் காவலில் இருக்கிறது (Support). 22,200-ல் கால் ஆர்மி (Call Army) வலுவாகத் தடுத்துக் கொண்டிருக்கிறது (Resistance). இப்போது நிஃப்டி இந்த இரண்டு எல்லைகளுக்குள் தான் ஊசலாடும். ஒருவேளை ஏதேனும் ஒரு பக்கம் ஆர்மி பலவீனமடைந்தால், அந்தப் பக்கம் ஒரு பெரிய நகர்வு (Big Breakout) ஏற்படும்.

5.5 ஆப்ஷன் செயினை எப்படி வாசிப்பது? (*Step-by-Step*)

ATM விலையைக் கண்டறியவும்: நிஃப்டி தற்போதைய விலைக்கு அருகில் எங்கே இருக்கிறது என்று பாருங்கள்.

அதிகபட்ச OI எங்கே? கால் பக்கம் மற்றும் புட் பக்கம் அதிகப்படியான OI உள்ள ஸ்ட்ரைக்குகளைக் குறித்துக் கொள்ளுங்கள்.

Change in OI: இன்று மட்டும் புதிதாக எங்கே ஒப்பந்தங்கள் சேர்ந்துள்ளன? பையர்கள் பயப்படுகிறார்களா அல்லது தைரியமாக இருக்கிறார்களா என்பதை இது காட்டும்.

வரைபடம் :

பயிற்சி (*Exercise):*

கூகுளில் 'NSE Option Chain Nifty' என்று தேடி அந்த அட்டவணையைத் திறக்கவும்.

இன்றைய நிலையில் எந்த ஸ்ட்ரைக்கில் அதிக OI இருக்கிறது என்று கண்டுபிடியுங்கள்.

PCR மதிப்பைக் கணக்கிட்டு பாருங்கள்.

நிச்சயமாக, புத்தகத்தின் மிக சுவாரஸ்யமான பகுதிக்கு வந்துவிட்டோம். அத்தியாயம் 6 என்பது ஒரு டிரேடருக்குக் கிடைக்கும் "கண்களைப்" போன்றது. வரைபடங்கள் (Charts) மூலம் சந்தை நம்மிடம் பேசுவதை எப்படிப் புரிந்துகொள்வது என்பதை இங்கே பார்ப்போம்.

அத்தியாயம் 6

கேண்டில்ஸ்டிக் சார்ட்டுகள் - சந்தையின் ரகசிய மொழி

பலர் பங்குச்சந்தையை எண்களாகப் பார்க்கிறார்கள், ஆனால் ஒரு வெற்றிகரமான டிரேடர் அதை ஒரு மொழியாகப் பார்க்கிறார். அந்த மொழியின் எழுத்துக்கள்தான் **கேண்டில்ஸ்டிக்ஸ்** (Candlesticks). ஜப்பானிய அரிசி வியாபாரிகளால் கண்டுபிடிக்கப்பட்ட இந்த முறை, இன்று உலகெங்கிலும் உள்ள ஆப்ஷன் டிரேடர்களின் முதன்மை ஆயுதமாக உள்ளது.

6.1 ஒரு மெழுகுவர்த்தியின் உடல் அமைப்பு

ஒவ்வொரு கேண்டிலும் ஒரு குறிப்பிட்ட கால இடைவெளியில் (உதாரணமாக 5 நிமிடம் அல்லது 15 நிமிடம்) என்ன நடந்தது என்பதை நான்கு தகவல்கள் மூலம் நமக்குச் சொல்லும்:

Open: அந்த நேரத்தில் சந்தை தொடங்கிய விலை.

High: அந்த நேரத்தில் சந்தை எட்டிய உச்ச விலை.

Low: அந்த நேரத்தில் சந்தை வீழ்ந்த குறைந்தபட்ச விலை.

Close: அந்த நேரம் முடியும் போது சந்தை முடிந்த விலை.

பச்சை கேண்டில் (Bullish): வாங்குபவர்கள் பலமாக இருக்கிறார்கள். விலை ஏறியுள்ளது.

சிவப்பு கேண்டில் (Bearish): விற்பவர்கள் பலமாக இருக்கிறார்கள். விலை வீழ்ந்துள்ளது.

6.2 மிக முக்கியமான மூன்று கேண்டில் பேட்டர்ன்கள்

1. ஹேமர் (*Hammer* - சுத்தியல்)

இது ஒரு "Trend Reversal" கேண்டில். சந்தை தொடர்ந்து கீழே விழுந்து கொண்டிருக்கும்போது, ஒரு சுத்தியல் வடிவில் கேண்டில் தோன்றினால், காளைகள் (Buyers) உள்ளே வந்துவிட்டார்கள் என்று அர்த்தம்.

வரைபடம் :

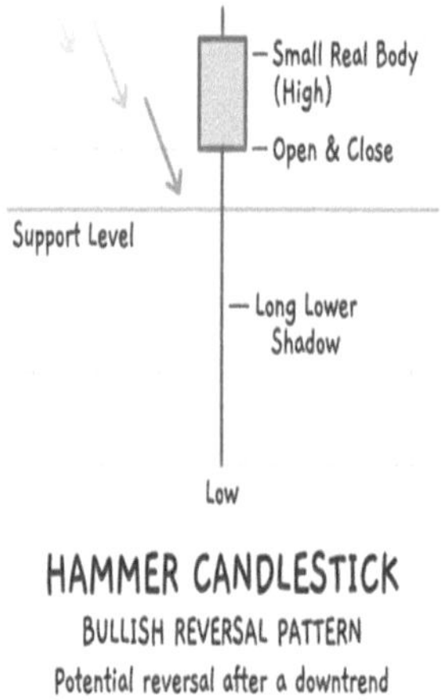

அடையாளம்: சிறிய உடல், மிக நீளமான கீழ் பகுதி (Wick).

கதை: விற்பவர்கள் விலையை கீழே தள்ள முயன்றார்கள், ஆனால் வாங்குபவர்கள் ஒரு சுத்தியலால் அடிப்பது போல விலையை மீண்டும் மேலே தூக்கிவிட்டார்கள்.

2. **ஷூட்டிங் ஸ்டார்** (*Shooting Star* - **விழும் நட்சத்திரம்)**

இது ஹேமருக்கு நேர் எதிரானது. சந்தை உச்சத்தில் இருக்கும்போது இது தோன்றினால், விலை விழப்போகிறது என்பதன் அறிகுறி.

வரைபடம் :

அடையாளம்: சிறிய உடல், மிக நீளமான மேல் பகுதி.

பயன்பாடு: இந்த இடத்தில் நீங்கள் Put Option (PE) வாங்கத் தயாராகலாம்.

3. **டோஜி** (*Doji* - **குழப்பமான நிலை)**

உடலே இல்லாமல் வெறும் சிலுவை குறியீடு (+) போல இருக்கும்.

வரைபடம் :

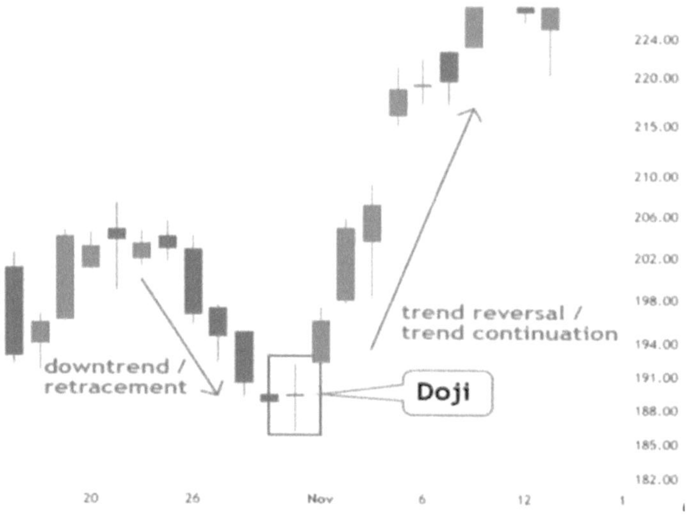

அர்த்தம்: வாங்குபவர்களுக்கும் விற்பவர்களுக்கும் இடையே கடும் போட்டி, ஆனால் யாரும் ஜெயிக்கவில்லை. சந்தை ஒரு முடிவெடுக்க முடியாமல் திணறுகிறது. இது ஒரு பெரிய நகர்வுக்கு முந்தைய அமைதி.

6.3 **சப்போர்ட் மற்றும் ரெசிஸ்டன்ஸ்** (*Support & Resistance*)

சார்ட்டில் கேண்டில்கள் எங்கே திரும்புகின்றன என்பதைப் பார்ப்பது மிக முக்கியம்.

சப்போர்ட் (தரை): பந்து தரையில் பட்டால் எப்படி மேலே எழும்புமோ, அப்படி நிஃப்டி ஒரு குறிப்பிட்ட விலைக்கு

வரும்போது மீண்டும் மீண்டும் மேலே ஏறினால் அது சப்போர்ட். இங்கே Call Option வாங்கலாம்.

ரெசிஸ்டன்ஸ் (கூரை): ஒரு பந்து கூரையில் பட்டு கீழே திரும்புவது போல, நிஃப்டி ஒரு விலையைத் தாண்ட முடியாமல் கீழே விழுந்தால் அது ரெசிஸ்டன்ஸ். இங்கே Put Option வாங்கலாம்.

6.4 நிஃப்டி சார்ட்டில் நேரம் (*Timeframe*)

ஆப்ஷன் டிரேடிங்கிற்கு எல்லா நேரமும் செட் ஆகாது.

Intraday (அன்றே முடிக்கும் வர்த்தகம்): 5 நிமிடம் அல்லது 15 நிமிடம் சார்ட்டைப் பயன்படுத்தவும்.

Positional (சில நாட்கள் வைத்திருப்பது): 1 மணி நேரம் அல்லது 1 நாள் சார்ட்டைப் பயன்படுத்தவும்.

வரைபடம் :

பயிற்சி (*Exercise*):

'TradingView' அல்லது உங்கள் புரோக்கர் ஆப்பில் நிஃப்டி 5 நிமிடம் சார்ட்டைத் திறக்கவும்.

கடந்த இரண்டு நாட்களில் எங்கே ஹேமர் (Hammer) வந்துள்ளது என்று தேடிப் பிடியுங்கள்.

ஹேமர் வந்த பிறகு விலை மேலே சென்றதா என்று சரிபார்க்கவும்.

அத்தியாயம் 7

ரிஸ்க் மேனேஜ்மென்ட் – உங்கள் பணத்தைப் பாதுகாக்கும் கவசம்

ஆப்ஷன்ஸ் டிரேடிங் என்பது ஒரு போர் போன்றது. போருக்குச் செல்லும் வீரன் கையில் வாள் (Strategy) வைத்திருப்பதை விட, தன்னைத் தற்காத்துக் கொள்ளக் கேடயம் (Risk Management) வைத்திருப்பதுதான் முக்கியம். உங்கள் முதலீடு (Capital) தீர்ந்துவிட்டால், சந்தையில் உங்களால் அடுத்த ஒரு நிமிடம் கூட நீடிக்க முடியாது.

7.1 **முதல் விதி: பணத்தைப் பாதுகாத்தல்** (*Survival First*)

வாரன் பபெட் ஒருமுறை சொன்னார்: "*விதி 1: ஒருபோதும் பணத்தை இழக்காதீர்கள். விதி 2: விதி 1-ஐ ஒருபோதும் மறக்காதீர்கள்.*" ஆப்ஷன் டிரேடிங்கில் நீங்கள் 10 முறை லாபம் சம்பாதித்தாலும், ஒரே ஒரு தவறான முடிவில் அந்த 10 முறை சம்பாதித்த லாபத்தையும், உங்கள் முதலீட்டையும் இழக்க நேரிடும். இதைத் தவிர்க்க நாம் சில விதிகளைப் பின்பற்ற வேண்டும்.

7.2 **ஸ்டாப் லாஸ்** (*Stop Loss - SL*) - **உங்கள் உயிர்க்கவசம்**

ஸ்டாப் லாஸ் என்பது, "இந்த விலைக்கு மேல் நஷ்டம் வந்தால் நான் இந்த வியாபாரத்தில் இருந்து வெளியேறிவிடுவேன்" என்று முன்கூட்டியே தீர்மானிக்கும் விலை.

கதை உதாரணம்: நீங்கள் ஒரு மலையேற்றத்திற்குச் செல்கிறீர்கள். உங்கள் இடுப்பில் ஒரு பாதுகாப்பு கயிறு (Safety Rope) கட்டப்பட்டுள்ளது. நீங்கள் தவறி விழுந்தால் அந்த கயிறு உங்களைத் தாங்கிப் பிடிக்கும். அந்த கயிறுதான் ஸ்டாப்

லாஸ். கயிறு இல்லாமல் மலை ஏறுவது எவ்வளவு ஆபத்தோ, ஸ்டாப் லாஸ் இல்லாமல் ஆப்ஷன் டிரேடிங் செய்வதும் அவ்வளவு ஆபத்து.

7.3 2% **விதி** *(The 2% Rule)*

ஒரு வெற்றிகரமான டிரேடர் தனது மொத்த முதலீட்டில் 2%-க்கு மேல் ஒருபோதும் ஒரு டிரேடில் இழக்க மாட்டார்.

உதாரணம்: உங்களிடம் ₹1,00,000 முதலீடு இருக்கிறது என்று வைத்துக்கொள்வோம். ஒரு டிரேடில் நீங்கள் ஏற்க வேண்டிய அதிகபட்ச நஷ்டம் ₹2,000 மட்டுமே.

இப்படிச் செய்வதால், நீங்கள் தொடர்ந்து 10 முறை தோற்றால் கூட, உங்களிடம் ₹80,000 மீதம் இருக்கும். மீண்டும் வெற்றி பெற உங்களுக்கு வாய்ப்பு இருக்கும்.

7.4 **பொசிஷன் சைசிங்** *(Position Sizing) -* **எவ்வளவு வாங்க வேண்டும்***?*

பலர் செய்யும் தவறு, கையில் இருக்கும் முழுப் பணத்திற்கும் ஆப்ஷன்களை வாங்குவது.

உங்களிடம் ₹50,000 இருந்தால், அதில் ₹10,000 முதல் ₹15,000 வரை மட்டுமே பயன்படுத்தி ஆப்ஷன் வாங்க வேண்டும். மீதமுள்ள பணம் "பேக்-அப்" ஆக இருக்க வேண்டும்.

ஆப்ஷன் பையிங்கில் பிரீமியம் ஜீரோ ஆக வாய்ப்பு இருப்பதால், முழுப் பணத்தையும் ஒரே டிரேடில் போடுவது தற்கொலைக்குச் சமம்.

7.5 **ரிஸ்க்-ரிவார்டு விகிதம்** *(Risk-Reward Ratio)*

நீங்கள் ₹1,000 நஷ்டம் அடையத் தயாராக இருந்தால், அதற்கு ஈடாகக் குறைந்தது ₹2,000 லாபம் ஈட்ட முயற்சி செய்ய வேண்டும். இது 1:2 Ratio எனப்படும்.

நீங்கள் 50% முறை தோற்று, 50% முறை ஜெயித்தால் கூட, இந்த 1:2 முறையினால் இறுதியில் நீங்கள் லாபத்தில்தான் இருப்பீர்கள்.

7.6 **ஒரு டிரேடரின் பொன்மொழிகள் :**

Never Average a Losing Trade: நஷ்டத்தில் இருக்கும் ஒரு ஆப்ஷனை, விலை குறைகிறது என்பதற்காக மீண்டும் மீண்டும் வாங்கிச் சராசரி செய்யாதீர்கள்.

Don't Overtrade: ஒரு நாளைக்கு 2 அல்லது 3 டிரேடுகளுக்கு மேல் செய்யாதீர்கள். அதிக டிரேடு செய்தால் புரோக்கருக்குத் தான் லாபம், உங்களுக்கு அல்ல.

Trade with Trends: ஆற்றில் நீரோட்டத்திற்கு எதிராக நீந்தாதீர்கள். மார்க்கெட் ஏறும் போது கால் (CE) வாங்குங்கள், இறங்கும் போது புட் (PE) வாங்குங்கள்.

வரைபடம்:

பயிற்சி (*Exercise*):

உங்கள் முதலீடு ₹25,000 என்று வைத்துக்கொள்வோம். 2% விதியின்படி ஒரு டிரேடில் நீங்கள் எவ்வளவு நஷ்டம் அடையலாம்?

நீங்கள் ஒரு ஆப்ஷனை ₹100-க்கு வாங்குகிறீர்கள். உங்கள் ஸ்டாப் லாஸ் ₹80 என்றால், உங்கள் டார்கெட் (1:2 Ratio) என்னவாக இருக்க வேண்டும்?

அருமை. இப்போது நாம் புத்தகத்தின் மிகவும் விறுவிறுப்பான, பலரும் ஆவலுடன் எதிர்பார்க்கும் பகுதிக்கு வருகிறோம். அத்தியாயம் 8 - ஆப்ஷன் பையிங் (Option Buying). இதில் எப்படி ஒரு வேட்டைக்காரனைப் போலச் செயல்பட வேண்டும் என்பதைப் பார்ப்போம்.

அத்தியாயம் 8

ஆப்ஷன் பையிங் – வேட்டையாடும் கலை

ஆப்ஷன் பையிங் என்பது ஒரு "டி20 கிரிக்கெட்" (T20 Cricket) போட்டி போன்றது. இங்கே அதிரடி முக்கியம், அதே சமயம் அவுட் ஆகாமல் இருப்பதும் முக்கியம். குறைந்த முதலீட்டில் (உதாரணமாக ₹5,000) பெரிய லாபத்தை ஈர்க்கும் வாய்ப்பு இதில் இருப்பதால், பலரும் இதையே விரும்புகிறார்கள். ஆனால், இதில் வெற்றி பெற "மொமெண்டம்" (Momentum) மிக அவசியம்.

8.1 மொமெண்டம் (*Momentum*) என்றால் என்ன?

ஆப்ஷன் பையராக நீங்கள் வெற்றி பெற வேண்டுமானால், சந்தை மிக வேகமாக நகர வேண்டும்.

சந்தை மெதுவாக நகர்ந்தாலோ அல்லது ஒரே இடத்தில் நின்றாலோ, தீட்டா (Theta) உங்கள் லாபத்தைச் சாப்பிட்டுவிடும்.

எனவே, ஒரு பையராக நீங்கள் எப்போதும் 'பதுங்கி இருந்து பாய்வதற்கு' தயாராக இருக்க வேண்டும்.

8.2 எப்போது என்ட்ரி (*Entry*) கொடுக்க வேண்டும்?

சந்தையில் எல்லா நேரமும் டிரேடிங் செய்யக்கூடாது. குறிப்பாக ஆப்ஷன் பையர்கள் கீழ்க்கண்ட நேரங்களைத் தவிர்க்க வேண்டும்:

பகல் 11:00 முதல் 1:30 வரை: இது 'சைடுவேஸ்' (Sideways) மார்க்கெட் நேரம். இதில் பெரிய நகர்வுகள் இருக்காது, உங்கள் பிரீமியம் மட்டும் கரையும்.

சிறந்த நேரம்: காலை 9:15 முதல் 10:30 வரை மற்றும் மதியம் 1:30 முதல் 3:30 வரை.

8.3 **பிரேக்-அவுட் வியூகம் (***Breakout Strategy)*

நிஃப்டி ஒரு குறிப்பிட்ட பெட்டிக்குள் (Range) சிக்கியிருக்கும் போது பொறுமையாக இருங்கள்.

Resistance உடைப்பு: மேல் பக்க எல்லையை ஒரு வலுவான பச்சை கேண்டில் உடைத்தால், CE (Call Option) வாங்கவும்.

Support உடைப்பு: கீழ் பக்க எல்லையை ஒரு வலுவான சிவப்பு கேண்டில் உடைத்தால், PE (Put Option) வாங்கவும்.

8.4 **ஸ்கால்பிங் (***Scalping)* - **மின்னல் வேக வர்த்தகம்**

பல டிரேடர்கள் சில நிமிடங்களிலேயே லாபத்தைப் பெற்று வெளியேறுவார்கள். இதற்குப் பெயர் 'ஸ்கால்பிங்'.

நிஃப்டியில் 10 முதல் 20 புள்ளிகள் கிடைத்தவுடன் வெளியேறிவிடுவது.

இதில் பேராசைப்படாமல் சிறிய லாபங்களைச் சேர்ப்பது உங்கள் முதலீட்டைப் பெரியதாக்கும்.

8.5 **ஆப்ஷன் பையிங் - ஒரு கதை (***The Jungle Story)*

ஒரு சிறுத்தை எப்படி வேட்டையாடும்? அது நாள் முழுவதும் ஓடிக்கொண்டே இருக்காது. ஒரு புதருக்குப் பின்னால் மணிக்கணக்காக அமைதியாகப் பதுங்கி இருக்கும். தனக்கான வாய்ப்பு (சரியான செட்-அப்) வரும்போது மட்டுமே சில நொடிகளில் பாயும்.

ஆப்ஷன் பையரும் அதேபோலத்தான். காலையில் மார்க்கெட் ஓபன் ஆனதும் அவசரமாக பட்டனை

அழுத்தக்கூடாது. சார்ட்டில் உங்கள் வியூகம் (Pattern) அமையும் வரை காத்திருக்க வேண்டும்.

8.6 **பையர்களுக்கான** *3* **பொன்னான விதிகள்** *(Golden Rules)*

ITM-ல் மட்டுமே வர்த்தகம் செய்யுங்கள்: OTM ஆப்ஷன்கள் மலிவாகத் தெரியும், ஆனால் அவை நகராது. எப்போதும் இந்த்-த-மணி (ITM) ஆப்ஷன்களையே வாங்கவும்.

விரைவாக வெளியேறுங்கள்: நஷ்டம் வந்தால் உடனே ஸ்டாப் லாஸ் போட்டு வெளியேறுங்கள். "மீண்டு வரும்" என்று காத்திருப்பது உங்கள் முதலீட்டை அழிக்கும்.

ஒரே ஒரு லாட்டில் பயிற்சி செய்யுங்கள்: நீங்கள் முழுமையாகக் கற்கும் வரை ஒரு லாட் (50 குவாண்டிட்டி) மட்டும் வர்த்தகம் vசெய்யுங்கள்.

வரைபடம் :

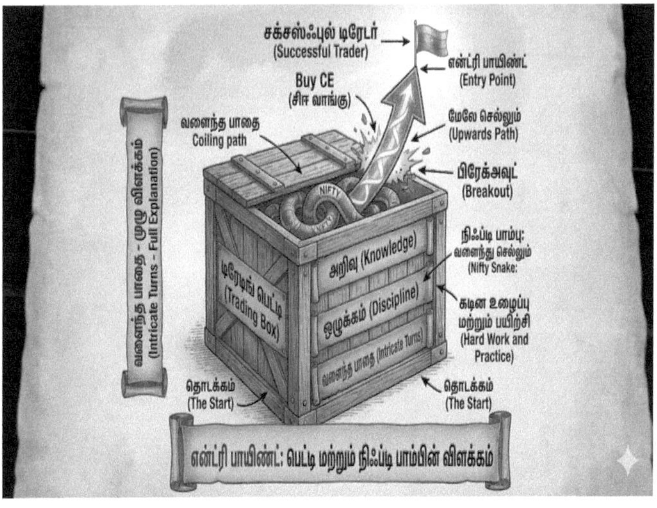

பயிற்சி (*Exercise):*

5 நிமிடம் நிஃப்டி சார்ட்டில் கடந்த ஒரு வாரத்தில் நடந்த பிரேக்-அவுட்களை (Breakouts) அடையாளம் காணுங்கள்.

பிரேக்-அவுட் நடந்த பிறகு பிரீமியம் எவ்வளவு வேகமாக ஏறியது என்பதைக் குறித்துக் கொள்ளுங்கள்.

அருமை. இப்போது நாம் ஆப்ஷன்ஸ் உலகத்தின் "மறுபக்கம்" என்று சொல்லப்படும் அத்தியாயம் 9-க்கு வருகிறோம். ஆப்ஷன் பையிங் என்பது அதிரடி என்றால், ஆப்ஷன் செல்லிங் (Option Selling) என்பது ஒரு பொறுமையான, திட்டமிட்ட வணிகம்.

அத்தியாயம் 9

ஆப்ஷன் செல்லிங் – ஒரு இன்சூரன்ஸ் கம்பெனி போலச் செயல்படுதல்

பங்குச்சந்தையில் உள்ள 80% க்கும் மேற்பட்ட பெரிய நிறுவனங்களும் (FII/DII), நிபுணர்களும் ஆப்ஷன் விற்பவர்களாகவே இருக்கிறார்கள். இதற்கு ஒரு முக்கியக் காரணம் உண்டு: ஆப்ஷன் பையிங்கில் லாபம் ஈட்ட சந்தை உங்கள் பக்கம் நகர வேண்டும். ஆனால், ஆப்ஷன் செல்லிங்கில் சந்தை உங்கள் பக்கம் நகர்ந்தாலும், அல்லது **ஒரே இடத்தில் நின்றாலும்** உங்களுக்கு லாபம் கிடைக்கும்.

9.1 **ஆப்ஷன் செல்லிங் (*Writing*) என்றால் என்ன?**

ஆப்ஷன் வாங்குபவர் லாபம் ஈட்ட வேண்டும் என்று ஒரு தொகையை (Premium) கொடுக்கிறார். அந்தத் தொகையைப் பெற்றுக்கொண்டு, அந்த ரிஸ்க்கை ஏற்றுக் கொள்பவர் தான் 'செல்லர்'.

கதை உதாரணம்: இன்சூரன்ஸ் கம்பெனி நீங்கள் ஒரு காருக்கு ₹10,000 கொடுத்து இன்சூரன்ஸ் எடுக்கிறீர்கள்.

அந்த வருடம் விபத்து ஏதும் நடக்கவில்லை என்றால், நீங்கள் கொடுத்த ₹10,000 இன்சூரன்ஸ் நிறுவனத்திற்குச் சொந்தம்.

இதுதான் ஆப்ஷன் செல்லிங். ஒரு குறிப்பிட்ட காலத்திற்குள் (Expiry) சந்தை ஒரு குறிப்பிட்ட எல்லையைத் தாண்டவில்லை என்றால், பையர் கொடுத்த மொத்தப் பணமும் செல்லருக்கு லாபமாகப் போய்விடும்.

9.2 காலச் சிதைவு (*Theta Decay*) - உங்கள் உற்ற நண்பன்

ஆப்ஷன் செல்லரின் மிகப்பெரிய பலமே நேரம். ஒரு வாராந்திர எக்ஸ்பைரியில், திங்கள் முதல் வியாழன் வரை சந்தை நகரவே இல்லை என்றாலும், ஆப்ஷன் பிரீமியம் தானாகவே குறைந்துவிடும். இந்த கரைந்துபோகும் தொகை அப்படியே செல்லரின் கணக்கிற்கு லாபமாக வந்து சேரும்.

9.3 செல்லிங் செய்வதில் உள்ள சவால்கள்

அதிக முதலீடு (High Margin): ஒரு லாட் நிஃப்டி ஆப்ஷனை வாங்க ₹5,000 போதும். ஆனால், அதை விற்க (Selling) சுமார் ₹1 லட்சம் முதல் ₹1.25 லட்சம் வரை தேவைப்படும்.

வரம்பற்ற நஷ்டம் (Unlimited Risk): சந்தை திடீரென ஒரே நாளில் 1,000 புள்ளிகள் உயர்ந்தாலோ அல்லது வீழ்ந்தாலோ, செல்லருக்குப் பெரிய நஷ்டம் ஏற்பட வாய்ப்புண்டு. இதைத் தவிர்க்க நாம் ஹெட்ஜிங் (Hedging) செய்ய வேண்டும்.

9.4 ஹெட்ஜிங் (Hedging) - பாதுகாப்புக் கவசம்

ஆப்ஷன் செல்லிங்கில் நஷ்டத்தைக் கட்டுப்படுத்த, நாம் ஒரு ஆப்ஷனை விற்கும்போது (Sell), அதற்குக் காவலாக தூரத்தில் இருக்கும் ஒரு மலிவான ஆப்ஷனை வாங்க (Buy) வேண்டும்.

பலன் 1: உங்கள் நஷ்டம் முன்கூட்டியே தடுத்து நிறுத்தப்படும்.

பலன் 2: இதைப் பயன்படுத்தினால் ₹1 லட்சம் தேவைப்படும் இடத்தில ₹40,000 - ₹50,000 முதலீட்டிலேயே செல்லிங் செய்ய முடியும்.

9.5 செல்லிங் வியூகம்: ஷார்ட் ஸ்ட்ராங்கிள் (*Short Strangle*)

சந்தை ஒரு பெரிய எல்லைக்குள் (Range) இருக்கும் என்று நீங்கள் நினைத்தால்:

மேலே ஒரு Call ஆப்ஷனை விற்கவும்.

கீழே ஒரு Put ஆப்ஷனை விற்கவும்.

சந்தை அந்த இரண்டு எல்லைகளுக்குள்ளேயே முடிந்தால், இரண்டு பிரீமியங்களும் உங்களுக்கு லாபமாகும்.

9.6 செல்லர்களுக்கான 3 பொன்னான விதிகள்

VIX-ஐக் கவனியுங்கள்: சந்தையில் பதற்றம் (VIX) அதிகமாக இருக்கும்போது செல்லிங் செய்வது அதிக பிரீமியத்தைப் பெற்றுத் தரும்.

முழு பணத்தையும் பயன்படுத்தாதீர்கள்: உங்கள் முதலீட்டில் 70% மட்டுமே பயன்படுத்துங்கள். மீதி 30% அவசரக் கால அட்ஜஸ்ட்மென்ட்க்குத் தேவைப்படும்.

எக்ஸ்பைரி வரை காத்திருக்கத் தேவையில்லை: உங்கள் டார்கெட் லாபம் (உதாரணமாக 1% அல்லது 2%) வந்தவுடன் வெளியேறிவிடுவது புத்திசாலித்தனம்.

வரைபடம் :

பயிற்சி *(Exercise):*

ஆப்ஷன் செயினைத் திறந்து, நிஃப்டி விலைக்கு மிகத் தூரத்தில் இருக்கும் (OTM) பிரீமியங்கள் எவ்வளவு என்று பாருங்கள்.

ஒரு வாரம் கழித்து அதே பிரீமியங்கள் எவ்வளவு குறைந்திருக்கின்றன என்று சரிபார்க்கவும்.

அருமை. இப்போது நாம் தொழில்நுட்ப அறிவைத் தாண்டி, ஒரு டிரேடரின் வெற்றியைத் தீர்மானிக்கும் மிக முக்கியமான பகுதிக்கு வருகிறோம். அத்தியாயம் 10 - இது உங்கள் மூளையைப் பற்றியது.

அத்தியாயம் 10

டிரேடிங் சைக்காலஜி – உங்கள் மனதைக் கட்டுப்படுத்தும் வித்தை

பங்குச்சந்தை என்பது எண்களால் ஆனது அல்ல, அது மனித உணர்ச்சிகளால் ஆனது. நீங்கள் எவ்வளவுதான் சிறந்த சார்ட் பேட்டர்ன்களைக் கற்றுக்கொண்டாலும், உங்கள் பயத்தையும் பேராசையையும் கட்டுப்படுத்தத் தெரியவில்லை என்றால் இங்கே ஜெயிக்க முடியாது.

10.1 பயம் மற்றும் பேராசை *(Fear and Greed)*

டிரேடிங் செய்யும் போது இரண்டு எதிரிகள் உங்களை எப்போதும் துரத்துவார்கள்:

பேராசை (Greed): ஒரு டிரேடில் ₹2,000 லாபம் வரும்போது, இன்னும் வரும் என்று காத்திருந்து வந்த லாபத்தையும் இழப்பது.

பயம் (Fear): ஒரு சிறிய நஷ்டத்தைப் பார்த்தவுடன் பதற்றமடைந்து, சரியான நேரத்தில் என்ட்ரி எடுக்கத் தயங்குவது அல்லது எடுத்த டிரேடை உடனே மூடுவது.

10.2 போமோ *(FOMO - Fear of Missing Out)*

சந்தை வேகமாக ஏறிக்கொண்டிருக்கும்போது, "ஐயோ வாய்ப்பு நழுவுகிறதே" என்று அவசரமாக எவ்விதத் திட்டமும் இன்றி உள்ளே நுழைவதுதான் FOMO.

உண்மை: ஒரு பேருந்து தவறினால் அடுத்த பேருந்து வரும். அதேபோல் ஒரு வாய்ப்பு தவறினால் அடுத்த வாய்ப்பு சந்தையில் வரும். அவசரம் நஷ்டத்தை மட்டுமே தரும்.

10.3 **ரிவெஞ்ச் டிரேடிங்** *(Revenge Trading)*

ஒரு டிரேடில் ₹5,000 நஷ்டம் ஏற்பட்டுவிட்டது என்று வைத்துக்கொள்வோம். "இன்றே இந்த நஷ்டத்தை மீட்டெடுப்பேன்" என்று ஆத்திரத்தில் மீண்டும் மீண்டும் டிரேடு செய்வதற்குப் பெயர்தான் ரிவெஞ்ச் டிரேடிங்.

பாடம்: சந்தையிடம் நீங்கள் சண்டையிட்டால், சந்தை உங்களை அழித்துவிடும். நஷ்டம் ஏற்பட்டால் அந்தத் தவறை ஒப்புக்கொண்டு கணினியை மூடிவிட்டு வெளியே செல்வதுதான் புத்திசாலித்தனம்.

10.4 **ஒரு டிரேடரின் மனநிலை எப்படி இருக்க வேண்டும்***?*

வெற்றிகரமான டிரேடர் ஒரு ரோபோ (Robot) போல இருக்க வேண்டும்.

லாபம் வந்தால் குதிக்கக் கூடாது, நஷ்டம் வந்தால் அழக்கூடாது.

ஒரு டிரேடை எடுப்பதற்கு முன் உங்கள் திட்டம் (Plan) தயாராக இருக்க வேண்டும்.

"Plan the trade, and trade the plan."

10.5 **சூதாட்டமா அல்லது வியாபாரமா***?*

நீங்கள் ஒரு காயின் (Coin) போட்டு தலை விழுந்தால் லாபம், பூ விழுந்தால் நஷ்டம் என்று நினைத்து டிரேடு செய்தால் அது சூதாட்டம். ஆனால், நீங்கள் சார்ட் பார்த்து, ரிஸ்க் மேனேஜ்மென்ட் செய்து, ஒரு திட்டத்துடன் செயல்பட்டால் அது வியாபாரம்.

10.6 உங்கள் மனதைச் சீராக வைக்க 3 வழிகள்

டிரேடிங் ஜர்னல் (Trading Journal): நீங்கள் செய்த தவறுகளை ஒரு டைரியில் எழுதுங்கள். உங்கள் தவறுகளை நீங்களே திருத்த இதுவே சிறந்த வழி.

உடற்பயிற்சி மற்றும் தியானம்: மார்க்கெட் தொடங்கும் முன் 10 நிமிடம் அமைதியாக இருங்கள். இது பதற்றத்தைக் குறைக்கும்.

முதலீட்டைப் பிரிக்கவும்: உங்கள் வாழ்க்கைக்குத் தேவையான பணத்தை வைத்து டிரேடிங் செய்யாதீர்கள். இழந்தாலும் உங்கள் வாழ்க்கையைப் பாதிக்காத பணத்தை (Surplus Capital) மட்டும் பயன்படுத்துங்கள்.

வரைபடம :

பயிற்சி (*Exercise):*

கடந்த வாரம் நீங்கள் செய்த தவறுகளைப் பட்டியலிடுங்கள். எதனால் நஷ்டம் ஏற்பட்டது? (பயமா? பேராசையா? அல்லது அவசரமா?)

இனிமேல் ஒரு நாளைக்கு 2 டிரேடுகளுக்கு மேல் செய்யமாட்டேன் என்று உறுதிமொழி எடுத்துக் கொள்ளுங்கள்.

அருமை. இப்போது நாம் ஆப்ஷன்ஸ் டிரேடிங்கின் மிகவும் பரபரப்பான மற்றும் ஆபத்தான பகுதிக்கு வருகிறோம். அத்தியாயம் 11 - எக்ஸ்பைரி டே (Expiry Day). இதில் எப்படி ஜாக்கிரதையாக லாபம் ஈட்ட வேண்டும் என்பதைப் பார்ப்போம்.

அத்தியாயம் 11

எக்ஸ்பைரி டே - ஹீரோ அல்லது ஜீரோ (Hero or Zero)

இந்தியப் பங்குச்சந்தையில் வாராந்திர எக்ஸ்பைரி தினமான செவ்வாய் கிழமை என்பது ஒரு திருவிழா போன்றது. அன்று பிரீமியங்கள் மிகக் குறைந்த விலையில் (₹5, ₹10) கிடைக்கும். ஆனால், அந்தப் பிரீமியங்கள் 100 ரூபாயாக மாறவும் வாய்ப்புண்டு, அல்லது பூஜ்யமாக (Zero) மாறவும் வாய்ப்புண்டு.

11.1 எக்ஸ்பைரி தினத்தில் என்ன நடக்கும்?

எக்ஸ்பைரி தினத்தில் **தீட்டா (Theta)** எனப்படும் காலச் சிதைவு அதன் உச்சத்தில் இருக்கும். நீங்கள் வாங்கிய ஆப்ஷன் அந்த விலையை (Strike Price) எட்டவில்லை என்றால், மதியம் 3:30 மணிக்கு அதன் மதிப்பு 0.05 பைசாவாக மாறிவிடும்.

11.2 ஹீரோ அல்லது ஜீரோ (Hero or Zero) என்றால் என்ன?

மதியம் 1:30 மணிக்கு மேல், சந்தையில் ஒரு திடீர் நகர்வு ஏற்படும் போது, ஓடிஎம் (OTM) ஆப்ஷன்கள் மிக வேகமாக ஏறும்.

உதாரணம்: நீங்கள் ₹5-க்கு ஒரு ஆப்ஷனை வாங்குகிறீர்கள். சந்தை உங்கள் பக்கம் 50 புள்ளிகள் நகர்ந்தால், அந்த ₹5 அடுத்த அரை மணி நேரத்தில் ₹50-ஆக மாறும். இது உங்கள் முதலீட்டை 10 மடங்காக்கும் வாய்ப்பு.

மறுபக்கம்: சந்தை நகரவில்லை என்றால் நீங்கள் போட்ட அந்த ₹5 அப்படியே போய்விடும்.

11.3 **காமா பிளாஸ்ட்** *(Gamma Blast)* **ரகசியம்**

எக்ஸ்பைரி தினத்தில் டெல்டாவின் வேகம் திடீரென அதிகரிக்கும். இதைத்தான் நாம் 'காமா பிளாஸ்ட்' என்கிறோம். பெரிய நிறுவனங்கள் தங்கள் பொசிஷன்களை மாற்றும்போது (Short Covering), சந்தை ஒரே திசையில் மின்னல் வேகத்தில் பாயும். அந்த நேரத்தில் ஆப்ஷன் பையர்களுக்கு ஜாக்பாட் அடிக்கும்.

11.4 **ஒரு சூதாட்ட எச்சரிக்கை**

பல புதிய டிரேடர்கள் எக்ஸ்பைரி தினத்தன்று தங்கள் மொத்த முதலீட்டையும் இழக்கிறார்கள். இதைக் தவிர்க்க இந்த விதிகளைப் பின்பற்றுங்கள்:

Capital Allocation: உங்கள் மொத்த முதலீட்டில் வெறும் 5% மட்டுமே எக்ஸ்பைரி டே டிரேடிங்கிற்குப் பயன்படுத்துங்கள். (உதாரணம்: ₹1 லட்சம் இருந்தால், ₹5,000 மட்டுமே ரிஸ்க் எடுங்கள்).

மதிய நேர டிரேடிங்: காலை நேரத்தை விட மதியம் 1:30-க்கு மேல் டிரேடு செய்வது அதிக லாபத்தைத் தரும்.

Stop Loss: ஹீரோ-ஜீரோ டிரேடில் பெரும்பாலும் ஸ்டாப் லாஸ் வைக்க முடியாது, ஏனெனில் நீங்கள் போடும் பணமே நஷ்டமாக வாய்ப்புண்டு. எனவே, எவ்வளவு பணத்தை இழக்கத் தயாரோ அதை மட்டுமே முதலீடு செய்யுங்கள்.

11.5 **எக்ஸ்பைரி டே - ஒரு கதை** *(The Last Over)*

ஒரு கிரிக்கெட் போட்டியின் கடைசி ஓவரைப் போன்றது எக்ஸ்பைரி டே. 6 பந்துகளில் 20 ரன்கள் எடுக்க வேண்டும். பேட்ஸ்மேன் ஒவ்வொரு பந்தையும் சிக்ஸர் அடிக்க முயல்வார்.

பந்து பேட்டில் பட்டால் சிக்ஸர் (Hero).

படவில்லை என்றால் கிளீன் போல்ட் (Zero). இந்தக் கடைசி ஓவர் ஆட்டத்தில் அனுபவம் உள்ளவர்கள் மட்டுமே ஜெயிக்க முடியும்.

வரைபடம் :

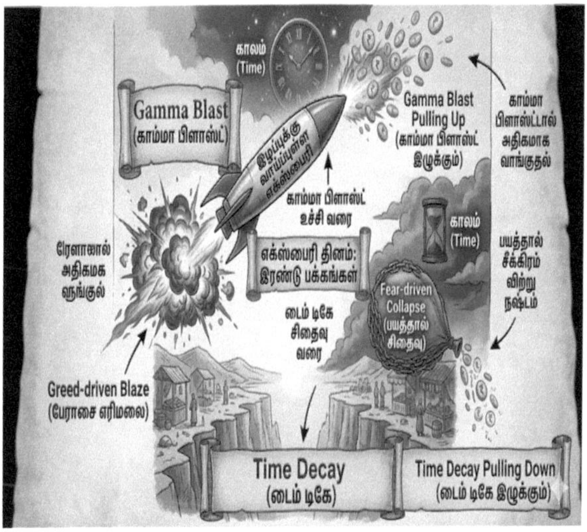

பயிற்சி (*Exercise*):

கடந்த நான்கு வியாழக்கிழமைகளில் நிஃப்டி மதியம் 1:30-க்கு மேல் எப்படி நகர்ந்தது என்பதைச் சார்ட்டில் பாருங்கள்.

மதியம் 2 மணிக்கு ₹10-க்கு இருந்த ஒரு ஆப்ஷன் 3:30 மணிக்கு என்ன விலையில் முடிந்தது என்பதைச் சரிபார்க்கவும்.

அருமை. இப்போது நாம் புத்தகத்தின் நடைமுறைப் பகுதிக்கு வருகிறோம். **அத்தியாயம் 12** என்பது ஒரு டிரேடர் தனது நாளை எப்படித் தொடங்க வேண்டும் என்பதற்கான

வழிகாட்டி. இது உங்கள் 150 பக்கப் புத்தகத்தின் மிக முக்கியமான "Action Plan" பகுதி.

அத்தியாயம் 12

டிரேடிங் பிளான் – ஒரு முழுமையான தினசரி செயல்முறை

ஒரு சிறந்த போர்வீரன் போர்க்களத்திற்குச் செல்லும் முன் தனது ஆயுதங்களைச் சரிபார்ப்பது போல, ஒரு டிரேடர் சந்தை தொடங்குவதற்கு முன் சில முன்னேற்பாடுகளைச் செய்ய வேண்டும். திட்டமிடல் இல்லாமல் டிரேடிங் செய்வது என்பது வரைபடம் இல்லாமல் காட்டில் நடப்பதற்குச் சமம்.

12.1 காலை 8:30 மணி - உலகச் சந்தை நிலவரம் (Pre-Market Analysis)

சந்தை தொடங்குவதற்கு 45 நிமிடங்களுக்கு முன்பே நீங்கள் தயாராக இருக்க வேண்டும்.

கிப்ட் நிஃப்டி (GIFT Nifty): இது சிங்கப்பூரில் வர்த்தகமாகும் இந்திய நிஃப்டி. இது நமது சந்தை 'Gap Up' (உயர்ந்து) தொடங்குமா அல்லது 'Gap Down' (வீழ்ந்து) தொடங்குமா என்பதைக் காட்டும்.

அமெரிக்கச் சந்தை (Nasdaq/S&P 500): அமெரிக்கச் சந்தை நேற்று இரவு எப்படி முடிந்தது என்பதைப் பாருங்கள். அது இந்தியச் சந்தையில் பெரும் தாக்கத்தை ஏற்படுத்தும்.

12.2 காலை 9:00 மணி - முக்கியமான நிலைகளைக் குறித்தல்

உங்கள் சார்ட்டில் (Chart) கடந்த காலத் தரவுகளை வைத்து இந்த நிலைகளை வரையுங்கள்:

Previous Day High (PDH): நேற்றைய உச்ச விலை.

Previous Day Low (PDL): நேற்றைய குறைந்தபட்ச விலை.

Previous Day Close (PDC): நேற்றைய முடிவு விலை.

சப்போர்ட் மற்றும் ரெசிஸ்டன்ஸ்: ஆப்ஷன் செயின் மூலம் அதிக OI உள்ள இடங்களைக் குறித்துக்கொள்ளுங்கள்.

12.3 காலை *9:15* முதல் *9:45* வரை - பொறுமை காத்தல்

சந்தை தொடங்கிய முதல் 15 நிமிடங்கள் மிக வேகமான ஏற்ற இறக்கங்கள் இருக்கும். புதிய டிரேடர்கள் இந்த நேரத்தில் டிரேடு செய்வதைத் தவிர்ப்பது நல்லது. சந்தை எந்தத் திசையில் செல்லப்போகிறது என்பதை உறுதிப்படுத்த ஒரு 15 நிமிட கேண்டில் (15-min Candle) முடியக் காத்திருங்கள்.

12.4 டிரேடிங் செக்லிஸ்ட் (*The 5-Point Checklist)*

ஒரு டிரேடு எடுக்கும் முன் உங்களை நீங்களே இந்தக் கேள்விகளைக் கேளுங்கள்:

சந்தையின் போக்கு (Trend) என் பக்கம் இருக்கிறதா? (ஏறுமுகமா அல்லது இறங்குமுகமா?)

ஒரு கேண்டில்ஸ்டிக் பேட்டர்ன் (Hammer அல்லது Engulfing) உருவாகியுள்ளதா?

சப்போர்ட் அல்லது ரெசிஸ்டன்ஸ் அருகே நான் இருக்கிறேனா?

எனது ஸ்டாப் லாஸ் (Stop Loss) எங்கே? அதை நான் சிஸ்டத்தில் போட்டுள்ளேனா?

இந்த டிரேடில் நஷ்டம் ஏற்பட்டால் என்னால் தாங்க முடியுமா?

12.5 மதியம் *3:30* மணி - சந்தைக்குப் பின் (*Post-Market Analysis)*

சந்தை முடிந்தவுடன் கணினியை மூடிவிடாதீர்கள்.

இன்று நீங்கள் செய்த டிரேடுகளை ஒரு டைரியில் எழுதுங்கள் (Trading Journal).

லாபம் வந்திருந்தால், அது திட்டமிட்டபடி வந்ததா அல்லது அதிர்ஷ்டத்தால் வந்ததா என்று பாருங்கள்.

நஷ்டம் வந்திருந்தால், எங்கே தவறு செய்தீர்கள் என்று ஆராயுங்கள்.

12.6 ஒரு டிரேடரின் கதை: ரவியும் ரகுவும்

ரவி காலையில் எழுந்ததும் மொபைலைத் திறந்து ஏதோ ஒரு ஆப்ஷனை வாங்குகிறான். லாபம் வந்தால் சந்தோஷப்படுகிறான், நஷ்டம் வந்தால் சந்தையைத் திட்டுகிறான். ரகு காலையிலேயே சப்போர்ட், ரெசிஸ்டன்ஸ் வரைந்து காத்திருக்கிறான். அவனது நிலைக்கு மார்க்கெட் வரும்போது மட்டுமே டிரேடு எடுக்கிறான். ஸ்டாப் லாஸ் அடித்தால் அமைதியாக வெளியேறுகிறான். *முடிவு:* ஒரு வருடம் கழித்து ரகு ஒரு வெற்றிகரமான டிரேடராக மாறுகிறான், ரவி தனது முதலீட்டை இழக்கிறான்.

வரைபடம் :

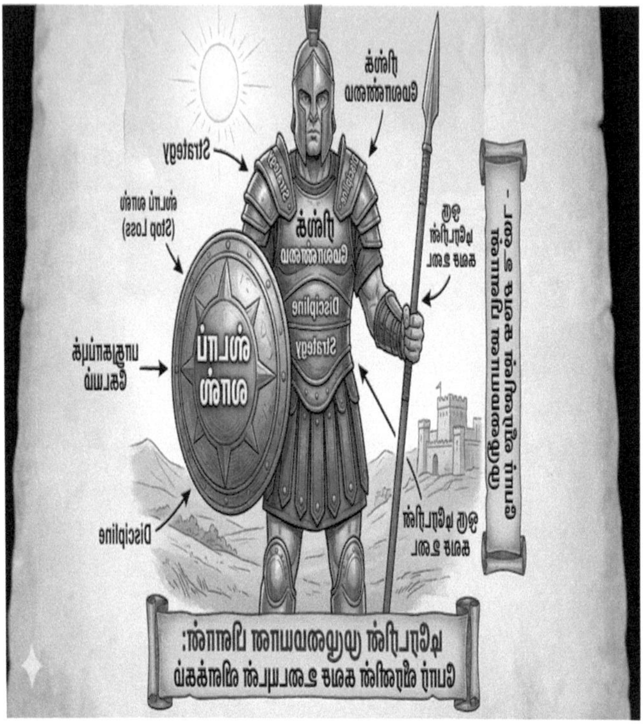

பயிற்சி (Exercise):

நாளை காலை 9:00 மணிக்கு முன்பே PDH, PDL மற்றும் PDC நிலைகளை உங்கள் சார்ட்டில் வரையுங்கள்.

மார்க்கெட் அந்த நிலைகளில் எப்படி ரியாக்ட் செய்கிறது என்பதை ஒரு நோட்டில் எழுதி வாருங்கள்.

நிச்சயமாக, புத்தகத்தின் இறுதிப் பகுதிகளுக்கு நெருங்கிவிட்டோம். அத்தியாயம் 13 என்பது ஒரு டிரேடரை சாதாரண நிலையிலிருந்து "புரொபஷனல்" நிலைக்கு உயர்த்தும்

நுணுக்கமான தகவல்கள் மற்றும் கலைச்சொற்களைப் பற்றியது.

அத்தியாயம் 13

புரோ டிப்ஸ் மற்றும் டிரேடிங் கலைச்சொற்கள்

இந்த அத்தியாயத்தில், அனுபவம் வாய்ந்த டிரேடர்கள் பயன்படுத்தும் சில ரகசிய உத்திகள் மற்றும் நீங்கள் அடிக்கடி கேட்கும் முக்கியமான வார்த்தைகளுக்கான விளக்கங்களைப் பார்ப்போம்.

13.1 இந்தியா விஐஎக்ஸ் (India VIX) - சந்தையின் நரம்பு மண்டலம்

இந்திய பங்குச்சந்தையில் VIX என்பது மிகவும் முக்கியம். இது சந்தையின் ஏற்ற இறக்கத்தை (Volatility) அளவிடும்.

VIX 15-க்குக் கீழே: சந்தை அமைதியாக இருக்கிறது என்று அர்த்தம். ஆப்ஷன் பிரீமியங்கள் குறைவாக இருக்கும்.

VIX 20-க்கு மேலே: சந்தையில் பெரும் பயம் அல்லது பதற்றம் உள்ளது. பிரீமியம் விலைகள் எகிறும். ஒரு சிறிய நகர்வு கூட உங்கள் ஸ்டாப் லாஸை அடிக்கும்.

புரோ டிப்: VIX மிக அதிகமாக இருக்கும்போது ஆப்ஷன் பையிங் செய்வதைத் தவிர்க்கவும் அல்லது மிகக் குறைந்த அளவில் செய்யவும்.

13.2 ஷார்ட் கவரிங் (Short Covering) மற்றும் லாங் அன்வைண்டிங் (Long Unwinding)

மார்க்கெட் திடீரென ராக்கெட் போல ஏறுவதையோ அல்லது சரிவதையோ நீங்கள் பார்த்திருக்கலாம். அதற்கு இவைதான் காரணம்:

Short Covering: சந்தை விழும் என்று நினைத்து ஆப்ஷனை விற்றவர்கள் (Sellers), சந்தை ஏறத் தொடங்கியதும் பயந்துபோய் தங்கள் பொசிஷனை மூடுவார்கள். அப்போது அவர்கள் மீண்டும் 'வாங்க' (Buy) வேண்டியிருக்கும். இது சந்தையை இன்னும் வேகமாக மேலே தள்ளும்.

Long Unwinding: லாபம் பார்த்தவர்கள் அல்லது பயந்த பையர்கள் தங்கள் பொசிஷனை விற்கும்போது சந்தை வேகமாகச் சரியும்.

13.3 **முக்கியமான கலைச்சொற்கள்** (*Glossary*)

உங்கள் புத்தகத்தின் கடைசி பக்கங்களில் இருக்க வேண்டிய சில முக்கிய வார்த்தைகள்:

Liquidity (பணப்புழக்கம்): ஒரு ஆப்ஷனை எளிதாக வாங்கவும் விற்கவும் முடிகிறதா என்பதைக் குறிக்கும். நிஃப்டியில் லிக்விடிட்டி அதிகம்.

Spread (ஸ்பிரட்): வாங்குபவர் கேட்கும் விலைக்கும் (Bid) விற்பவர் கேட்கும் விலைக்கும் (Ask) உள்ள வித்தியாசம். இது குறைவாக இருப்பதே நல்லது.

Slippage (ஸ்லிப்பேஜ்): நீங்கள் ஒரு விலையில் விற்க முயலும்போது, மார்க்கெட் வேகத்தால் வேறு ஒரு விலையில் ஆர்டர் எக்ஸிகியூட் ஆவது.

Naked Trading: எவ்விதப் பாதுகாப்பும் (Hedge) இல்லாமல் ஒரே ஒரு ஆப்ஷனை மட்டும் வாங்குவது அல்லது விற்பது. இது ஆபத்தானது.

13.4 **மல்டிபிள் டைம்-பிரேம் அனாலிசிஸ்** (*The Pro Method*)

புரோ டிரேடர்கள் ஒரு சார்ட்டை மட்டும் பார்க்க மாட்டார்கள்.

முதலில் 1 மணிநேர சார்ட்டில் சந்தையின் திசையைப் பார்ப்பார்கள் (Trend).

பிறகு 15 நிமிட சார்ட்டில் சப்போர்ட் மற்றும் ரெசிஸ்டன்ஸைக் குறிப்பார்கள்.

இறுதியில் 5 நிமிட சார்ட்டில் என்ட்ரி எடுப்பார்கள். இது உங்கள் முடிவின் துல்லியத்தை (Accuracy) அதிகரிக்கும்.

13.5 வெற்றிபெற *5* புரோ டிப்ஸ்:

ஆரம்பத்தில் லாபத்தை எதிர்பார்க்காதீர்கள்: முதல் 3 மாதங்களுக்கு உங்கள் முதலீட்டை இழக்காமல் இருக்கப் பழகுங்கள்.

ஒரே ஒரு ஸ்ட்ரேடஜியைப் பிடியுங்கள்: 100 வழிகளில் டிரேடு செய்வதை விட, ஒரு வழியை 100 முறை பயிற்சி செய்யுங்கள்.

நியூஸ் டிரேடிங்கைத் தவிர்க்கவும்: செய்திகள் வரும்போது சந்தை கணிக்க முடியாதபடி இருக்கும். அந்த நேரத்தில் டிரேடிங் செய்யாமல் வேடிக்கை பார்ப்பது நல்லது.

மூலதனத்தைப் பாதுகாக்கவும்: லாபம் வராவிட்டாலும் பரவாயில்லை, உங்கள் முதல் (Capital) கரையக்கூடாது.

சந்தைக்கு மரியாதை கொடுங்கள்: உங்கள் கணிப்பு தவறாகும்போது "சந்தை தான் சரி, நான் தவறு" என்று ஒப்புக்கொண்டு வெளியேறுங்கள்.

வரைபடம் :

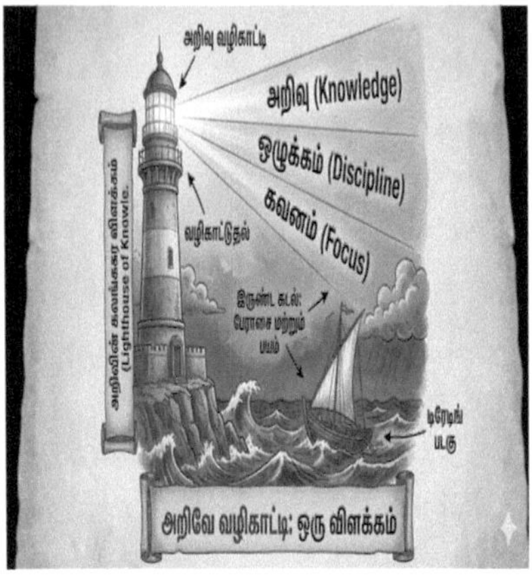

பயிற்சி *(Exercise):*

இந்தியா விஐஎக்ஸ் (India VIX) இன்று எவ்வளவு இருக்கிறது என்று கூகுளில் தேடிப் பாருங்கள்.

15 நிமிடம் மற்றும் 5 நிமிட சார்ட்டுகளை ஒன்றாக வைத்து நிஃப்டியின் நகர்வை ஒப்பிட்டுப் பாருங்கள்.

அருமை! நாம் இப்போது புத்தகத்தின் இறுதிப் பகுதிக்கு வந்துவிட்டோம். அத்தியாயம் 14 என்பது ஒரு தொகுப்பாகவும், உங்கள் எதிர்கால டிரேடிங் பயணத்திற்கான ஒரு உந்துதலாகவும் அமையும்.

அத்தியாயம் 14

வெற்றிக்கான சரியானபாதை

வாழ்த்துக்கள்! நீங்கள் நிஃப்டி ஆப்ஷன்ஸ் டிரேடிங்கின் அடிப்படைகள் முதல் நுணுக்கமான உத்திகள் வரை அனைத்தையும் கற்றுக்கொண்டு விட்டீர்கள். ஆனால், அறிவு என்பது ஒரு விதை போன்றது; அதைச் செயல்பாட்டில் (Action) இறக்கினால் மட்டுமே பலன் தரும்.

14.1 தொடர்ச்சியான கற்றல் (Continuous Learning)

பங்குச்சந்தை என்பது ஒருபோதும் மாறாதது அல்ல. அது ஒவ்வொரு நாளும் புதுப்புது பாடங்களைக் கற்றுத்தரும். ஒரு சிறந்த டிரேடர் எப்போதும் ஒரு மாணவனாகவே இருப்பார்.

அட்வைஸ்: புத்தகத்தில் படித்தவற்றை முதலில் ஒரு 'Paper Trading' (பணம் போடாமல் பேப்பரில் குறித்து வைத்துப் பழகுதல்) மூலம் குறைந்தது 15 நாட்கள் பயிற்சி செய்யுங்கள். உங்கள் உத்தி வேலை செய்கிறது என்று தெரிந்த பின் நிஜப் பணத்தைப் பயன்படுத்துங்கள்.

14.2 ஒரு வெற்றிகரமான டிரேடரின் 7 கட்டளைகள்

உங்கள் டிரேடிங் டேபிளில் இதை எழுதி ஒட்டி வைத்துக்கொள்ளுங்கள்:

என் முதலீட்டில் 2%-க்கு மேல் ஒரு டிரேடில் இழக்கமாட்டேன்.

என் வியூகம் (Setup) வரும் வரை பொறுமையாகக் காத்திருப்பேன்.

ஸ்டாப் லாஸ் (Stop Loss) போடாமல் ஒருபோதும் டிரேடு செய்யமாட்டேன்.

லாபம் வந்தாலும் நஷ்டம் வந்தாலும் ஒரு நாளைக்கு 2 டிரேடுடன் நிறுத்திக்கொள்வேன்.

நஷ்டமான டிரேடைச் சராசரி (Average) செய்யமாட்டேன்.

சந்தையின் போக்கை (Trend) எதிர்த்துப் போராடமாட்டேன்.

தினமும் என் டிரேடிங் ஜர்னலை (Journal) எழுதுவேன்.

14.3 **முடிவுரை**

ஆப்ஷன்ஸ் டிரேடிங் என்பது மிக எளிதாகப் பணம் சம்பாதிக்கும் வழி அல்ல, ஆனால் கடினமாக உழைத்தால் மிகச் சிறந்த செல்வத்தை உருவாக்கும் ஒரு தொழில். இதில் உங்கள் ஒழுக்கமே (Discipline) உங்கள் உயர்வு.

சந்தையில் ஏற்ற இறக்கங்கள் இருக்கும், நஷ்டங்கள் வரும், ஆனால் அந்த நஷ்டங்களிலிருந்து நீங்கள் பாடம் கற்றால், அவை நஷ்டங்கள் அல்ல; அவை நீங்கள் வெற்றிக்காகக் கொடுக்கும் "கல்விக் கட்டணம்" (Tuition Fee).

வரைபடம்:

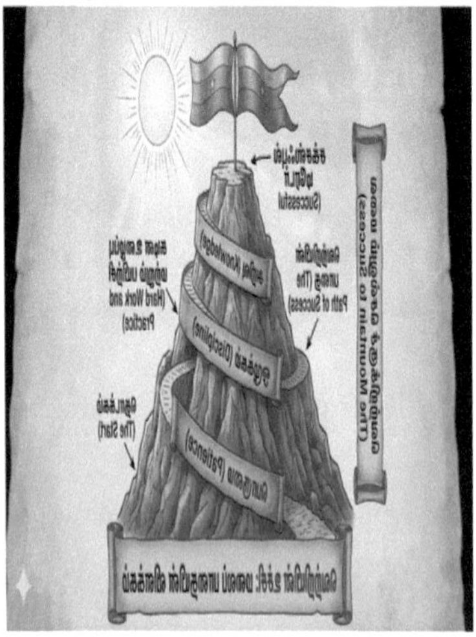

www.ingramcontent.com/pod-product-compliance
Ingram Content Group UK Ltd.
Pitfield, Milton Keynes, MK11 3LW, UK
UKHW041827031026
15587UKWH00002B/622

9 789348 584052